நடோடியின் கையெழுத்து

ஸ்டாலின் மதன் . தி

Copyright © Stalin Mathan . T
All Rights Reserved.

ISBN 978-1-63781-943-2

This book has been published with all efforts taken to make the material error-free after the consent of the author. However, the author and the publisher do not assume and hereby disclaim any liability to any party for any loss, damage, or disruption caused by errors or omissions, whether such errors or omissions result from negligence, accident, or any other cause.

While every effort has been made to avoid any mistake or omission, this publication is being sold on the condition and understanding that neither the author nor the publishers or printers would be liable in any manner to any person by reason of any mistake or omission in this publication or for any action taken or omitted to be taken or advice rendered or accepted on the basis of this work. For any defect in printing or binding the publishers will be liable only to replace the defective copy by another copy of this work then available.

ஜெய்ஹிந்த்...!

ஆசை அம்மாவிற்கும், அன்பு அப்பாவிற்கும்,
கடைக்குட்டி தம்பி லெனின்-க்கும்,
கற்றுக்கொடுத்த ஆசிரியர்களுக்கும்,
எப்போதும் உடனிருக்கும் நான் சேமித்த
என் நண்பர்களுக்கும்,
எங்களது இரண்டாம் வீடான,
"தி அமெரிக்கன் கல்லூரி" -க்கும்...!

பொருளடக்கம்

முன்னுரை	vii
1. என்னுடைய பேனா!!	1
2. ஜன்னல்	4
3. வயல்	6
4. காதலியுங்கள்...!	8
5. வேண்டுகோள்	10
6. பழைய வீடு	13
7. குழந்தை	16
8. காதலைச் சொல்ல முற்படுகிறேன்...	18
9. நீதானே...	21
10. தனிமை	24
11. நாடோடிப் பயணம்	26
12. என் ஆசைக் கண்ணம்மா...	30
13. வேடிக்கைப் பார்க்கிறான்	32
14. சட்டை	35
15. அவளைத் தேடித் தொலைகிறேன்	37
16. மீனவ(ர்) ஆசி	40
17. இறுதி ஊர்வலம்	44

• v •

முன்னுரை

நிகழ் வாழ்க்கையின் எதார்த்தத்தில் நாம் யாவரும் நாடோடிகளாய் சென்று கொண்டிருக்கிறோம், பிறப்புக்கும் இறப்புக்கும் இடைப்பட்ட காலத்தில் வாழ்க்கைப் பயணம் சுவாரசியம் மிகுந்த எதிர்பாராதத் திருப்பங்களுடன் நம்மையும் ஏற்றிச்செல்கிறது..!

பொதுவாய் ஒவ்வொரு பயணத்திலும் புறப்படும் இடமும்,சேரும் இடமும் நாம் அறிவோம். ஆனால், இப்பயணத்தில் மட்டும் இவ்விரண்டுமே நமக்குத் தெரியாது. இது ஒரு நாடோடியின் பயணம்!

ஒவ்வொரு எதிர்பார்ப்புக்கும் அதிலடைந்த வெற்றிக்கும் அல்லது அதில் சந்தித்த ஏமாற்றத்திற்கும் இடையே ஏற்படும் கேள்விகளுக்குள் பயணித்து, தீர்வுகாண முயற்ச்சிக்கும் போதே பாதி வாழ்க்கைப் பயணம் முடிந்துவிடுகிறது.

ஓர் நாடோடியாய் இப்பயணத்தில் என் நாட்குறிப்பில் பகிர்ந்த கிறுக்கல்களை தங்களிடம் பகிர்ந்து கொள்வதில் மகிழ்ச்சியடைகிறேன்.

தொடர்ந்து பயணிப்போம்....

மதுரை

25.12.2020

ஸ்டாலின் மதன்.தி

1. என்னுடைய பேனா!!

தாய் தந்த தமிழுக்கு,
எம் பாதம் பணிந்த வணக்கம்,
ஒவ்வொரு முறை பேனாப் பிடிக்கும் போதெல்லாம்,
தன்னைத் தாண்டி தவழ்ந்து விழும்,
வார்த்தைகளுக்கு தங்க வணக்கம்,
எழுதும் போது ஏற்படும் பேரின்பம்,
அதை பாரெங்கும் ஒப்பிட முடியாது,
மீண்டும் மீண்டும் எழுதும் போது,
மீண்டும் மீண்டும் காதல் கொள்கிறேன்,

பேனாவுக்கும் எனக்குமான காதல்,
கடலுக்கும் மீனவனுக்குமான காதல்,
பேனாவுக்கும் எனக்குமான காதல்,
நிலவிற்கும் பூமிக்குமான காதல்,
பேனாவுக்கும் எனக்குமான காதல்,
உயிருக்கும் உடலுக்குமான காதல்,
உயிரின்றி உடல் அல்ல,
உடலின்றி உயிர் அல்ல,
காலங்களை கடந்து பயணிக்க,
இயந்திரம் என்னிடம் உண்டு,
அஃது என் பேனா,
விரும்பும் போதெல்லாம் காலங்களை கடந்து,
துக்கங்களை மறந்து, தூக்கிச்செல்லும்,
என் பேனா..!
ஆமாம்,நான் போதைக்கு அடிமையானவன் தான்,
மதுப் போதைக்கு அல்ல,
பேனாவின் போதைக்கு..

வாழ்க்கையில் பதிந்த நிகழ்வுகளை
நான் மறந்தாலும்,
நாட்குறிப்புகள் மறக்காது,
நாட்குறிப்புகள் மறந்தாலும்,
என் பேனா விடாது..!
கடும் கோபமும், கடல் போல்
பொறாமையும் கொண்டுள்ளாள் என் காதலி,
அவளை விட உன் மீது அதிகம் காதல் கொண்டுள்ளேனாம்,
அவளின் கேள்விக்கு என்னிடம் பதில் இல்லை,

உன்னிடம் இருந்தால் கூறிவிடு..!
நான் மடிந்து மண்ணுக்குப் போகையில்,
என் பேனாவையும் என்னுடன் புதைத்து விடுங்கள்,
என்னை அங்கும் எழுதச்சொல்லும் என் பேனா,
உலகத்தையே வேறு முனைப்பில் காட்டியவன் என் பேனா,
கற்பனைக் கோவிலுக்குள் தாண்டவம் ஆடியவன் என் பேனா,
இன்னலிலும் உறுதுணையாய் இருப்பவன் என் பேனா,
துவண்டு போகாமல் இயங்கச் சொல்பவன் என் பேனா,
இப்போது மட்டுமல்ல,
எப்போதும் நெஞ்சார்ந்த நன்றிகள்,
என் பேனாவிற்கு...
ஆமாம்..!
அது என்னுடைய பேனா..!!

2. ஜன்னல்

ஜன்னலின் வழியே எட்டிப் பார்த்தேன்,
காற்றின் வேகத்தை,
பூக்களின் அசைவை,
கிளைகளின் சிரிப்பை!
ஜன்னலின் வழியே எட்டிப் பார்த்தேன்,
சாலைகள் என்னோடு ஓடி வருவதை,
வெள்ளைக் கோடுகள்,
எல்லைப் பிரிப்பதை!
ஜன்னலின் வழியே எட்டிப் பார்த்தேன்,
ஆதவனின் அக்னிச் சுடரில்,

கட்டிப்பிடித்துச் செல்லும் காதலர்களை!
ஜன்னலின் வழியே எட்டிப் பார்த்தேன்,
பள்ளி விட்டு வீடு திரும்பும்
சிறார்களின் சிரிப்புகளை!
ஜன்னலின் வழியே எட்டிப் பார்த்தேன்,
நெடுஞ்சாலையின் வரவேற்பாளனாக,
பெரிய பெரிய மரங்களை!
ஜன்னலின் வழியே எட்டிப் பார்த்தேன்,
சாலையோரத்தில் இருந்த பழக்கடையில்,
வாடிய முகத்தில் இருந்த முதியவரை!
ஜன்னலின் வழியே எட்டிப் பார்த்தேன்,
நிகழ்காலத்தில் கிடைக்காத எதிர்காலத்தை...!
ஜன்னலின் வழியே எட்டிப் பார்த்தேன்,
நிறைவேறாத கனவு, நிறைவேறுமா என்று..!
ஜன்னலின் வழியே எட்டிப் பார்த்தேன்,
விடியும் பொழுது,
மாற்றம் கண்ட,
புது சமுதாயத்தைக் காண...!

3. வயல்

கண்ணுக்கெட்டிய தூரம்,
பச்சைப் போர்வை போர்த்திக்கொண்டு,
ஆதவனின் சுடரில் தாகம் கழிக்க,
ஆடவனின் வியர்வையை தண்ணீராய் குடிக்க....
களை எடுக்கச் செல்லும்
கண்மணிகளோடு கொஞ்சிக் கொண்டு,
இரவெல்லாம் குளிர் காற்றோடு ஆடிக்கொண்டு,
நீல மேகத்துடன் காதல் கொண்டு,
மழையென்னும் பரிசைப் பெற்றுக்கொண்டு,
சந்தோஷத்துடன் இருக்கும் பசுமை வயலே..!

உன்னை விதைத்தவன் மட்டும்,
சந்தோஷத்தை அடகு வைத்துவிட்டு,
அரை வயிற்றோடு உன் முகம் காண வருகிறான்...!
போர்வையை விலக்கி விடாதே!
தாகத்துடன் இருந்து விடாதே!
கண்மணிகளை மறந்து விடாதே!
குளிர்காற்றைத் தள்ளி விடாதே!

மேகத்தை ஏமாற்றி விடாதே!
சந்தோஷத்தைத் பொய்த்து விடாதே!
நீ வாடினால் - அவன்
கயிர் நாடுவான்!
பசிக்கு கஞ்சி இல்லை,
நோய்க்கு மருந்து இல்லை,
உதவிக்கு உறவினர் இல்லை,
தோள் கொடுக்கக் தோழன் இல்லை,
அரவணைக்க அரசாங்கம் இல்லை,
ஆசிர்வதிக்கக் கடவுள் இல்லை,
போராடப் போராளிகள் இல்லை,
வேடிக்கைப் பார்க்க உலகம் மட்டுமே உண்டு...!
மறந்து விடாதே!
நீ வாடினால் - அவன்
கயிர் நாடுவான்...!

4. காதலியுங்கள்...!

காதலிக்க முகம் தேவையில்லை,
மனம் மட்டுமே போதும்,
அழகு தேவையில்லை,
அகம் மட்டுமே போதும்,
நிறம் தேவையில்லை,
நினைவு மட்டுமே போதும்,
உடல் தேவையில்லை,
உணர்வு மட்டுமே போதும்,
காட்சித் தேவையில்லை,

கண் மட்டுமே போதும்,
மதம் தேவையில்லை,
மவுனம் மட்டுமே போதும்,
கடவுள் தேவையில்லை,
கனவு மட்டுமே போதும்,
காதலியுங்கள்,
உங்களைக் காதலியுங்கள்,
உண்மையாய் காதலியுங்கள்,
காதலைக் காதலியுங்கள்...!!

5. வேண்டுகோள்

அறிவிழந்து அகப்பட்டு விட்டோம்,
பணம் பார்த்து, மரியாதையை மறந்து விட்டோம்,
நம்பி, நம்பி, நம்பிக்கையை இழந்து விட்டோம்,
கவனங்களில் திசை திரும்பி விட்டோம்,
நாடெங்கும் நலம் கெட்டுக் கிடக்கிறது,
பாதுகாப்பே கேள்விக்குறியாய் பரிணமித்து விட்டது,
திரும்பும் திசையெல்லாம் அரசியல் ஆக்கிரமித்து விட்டது,
உரிமை என்பதே உறவருந்துக் கிடக்கிறது,

மக்களாட்சியா? சர்வாதிகார ஆட்சியா? குழப்பம் குடியேறுகிறது.
போராட்டங்கள் பிள்ளையார் சுழிப்போட்டாலும்,
கலவரமே முற்றுப்புள்ளி வைக்கிறது,
சட்டம் அவர்களுக்கு சாதகமாய் உள்ளது,
சாவு எங்களுக்கு சாதகமாய் உள்ளது.
விவசாயத்தை மட்டுமின்றி,
விவசாயியையும் இழந்தோம்,
பெண்ணை மட்டுமின்றி
கற்பையும் இழந்தோம்,
குழந்தை மட்டுமின்றி,
குற்றவுணர்ச்சியையும் இழந்தோம்.

உரிமை மட்டுமின்றி,
உயிரையும் இழந்தோம்,
இழப்பதற்கு ஒன்றுமில்லை எனத்தெரிந்தும்,
பிணந்தின்னிக் கழுகுகள்,
பிணமாவதற்கு முன்பே
கொத்திக் கொத்திக் தின்கின்றன.
ஐந்தறிவு பிராணிகள் மீதுள்ள அன்பு கூட,
ஆறறிவு மனிதனிடத்தில் இல்லாமல் போனது!
இதற்கு முடிவுதான் என்ன என்று ஆராய்ந்த போது,
ஆணிவேரின் அடி ஆழத்தில் இருக்கும் பாறை போல,
நாம் யாவரும் அறியாமல் இருக்கும்,
அறியாமை தான் எனப் புலப்பட்டது.
கணிப்பொறியையும், ஸ்மார்ட் போனையும்
தெரிந்த அளவிற்கு கூட,
அரசியலையும், விவசாயத்தையும்

நாம் அறிந்திருக்கவில்லை..!
இளைஞர்களே!
எதிர்காலத்தின் தலைவர்கள் என்ற
பொறுப்பை ஏற்கப்போகும்,
நிகழ்காலத்தின் உழைப்பாளிகளே..!
அறிவுரையாக அல்ல,
கட்டளையாக அல்ல,
வேண்டுகோளாய் விடுக்கிறேன்..!
நம் மோகத்தைக் கலைத்து விட்டு,
அரசியலையும், விவசாயத்தையும்
அறிந்துக்கொள்ள முற்படுவோம்,
இவை இரண்டையும்
நாம் வசப்படுத்தி விட்டால்,
நாடு,

நம் வசப்படும்.

6. பழைய வீடு

வானையே மறைக்கும் வண்ண வண்ணக்கட்டிடங்கள்,
சாலையில் சவாரி செய்யும் பற்பல வாகனங்கள்,
திரும்பும் திசையெல்லாம் வண்ண ஒளி மின்னிய கடைகள் - என,
22-ம் நூற்றாண்டை நோக்கி நகர்ந்து செல்லும்,
21-ம் நூற்றாண்டு...!
சிவப்பு ஓடுகள் பதித்த சின்ன வீடு,
அமர்வதற்கு ஏற்ற திண்ணையமைந்த வீடு,
வெயிலில் அலைந்து போன அனல் காற்று - வீட்டின்
உள்ளே வரும் போது மனம் குளிர்ந்து குளிர் காற்றாய் மாறும்,
மழைத்துளியும் மகிழ்ச்சியாய் பயணம் செய்யும் அவ்வீடு,

அசுத்தமாய் இருக்கும் மாட்டுத்தொழுவம்,
அமைதியாய் அமர்ந்திருக்கும் ஓர் மாடு,
களிமண் பாத்திரங்கள் குடியிருக்கும் சமையலறை,
எல்லைச் சுவராய் அமைந்த குடிசைகள் - என
21-ம் நூற்றாண்டிலும்,
18-ம் நூற்றாண்டைத்
தக்க வைத்துக்கொண்டிருக்கும்,
ஓர் பழையவீடு!
தோல் சுருங்கிய பெண்ணின் வார்த்தைக்குக்
கட்டுப்படும் மீசை முறுக்கிய சிலம்பரசர்,
நரை தவழும் வயதிலும்,
காதல் தவழும் தம்பதிகள்,
மரணமே தாமதமாய் செல்வோம்
என நினைக்கும் தங்கக்கோபுரம்!
அலைபேசி கிடையாது, கணினி கிடையாது,
தொலைக்காட்சி கிடையாது, நவீன இயந்திரங்கள்,
ஆக்கிரமிக்காத ஓர் உலகம் அது!
நகரத்து மக்கள் இழிவாய் பார்த்தாலும்,
அவர்கள் பார்வைக்கு பதில் சொல்லும்,
இவர்கள் வாழ்க்கை!
அன்பு, பணிவு ,மரியாதை, சந்தோஷம் - என
மறந்து போன தமிழ் வார்த்தைகளுக்கு,
மறுவுருவம் கொடுத்த ஓர் வீடு!
வாட்ஸ் ஆப், பேஸ்புக் என நச்சரிக்கும்,
கைப்பேசியை மறந்து விட்டு அவ்வுலகில்,
வாழ மனம் ஏங்கும் ஓர் தருணம்..!

பழைய கஞ்சியாய் இருந்தாலும் பக்குவமாய் பகிரும் பாட்டி,
பாட்டிக்கு தெரியாமல் தாத்தா வாங்கித்தரும் சிற்றுண்டி,
என பற்பல சந்தோசங்களை அடக்கிய அவ்வீடு,

வீடல்ல,,,,,
சொர்க்கம்,,,,

கேட்பாடின்றி இடிந்து கிடக்கிறது,
புதுப்பிக்க ஆள் இல்லாமல்.

வீட்டை மட்டுமல்ல,
உறவுகளையும் .....

7. குழந்தை

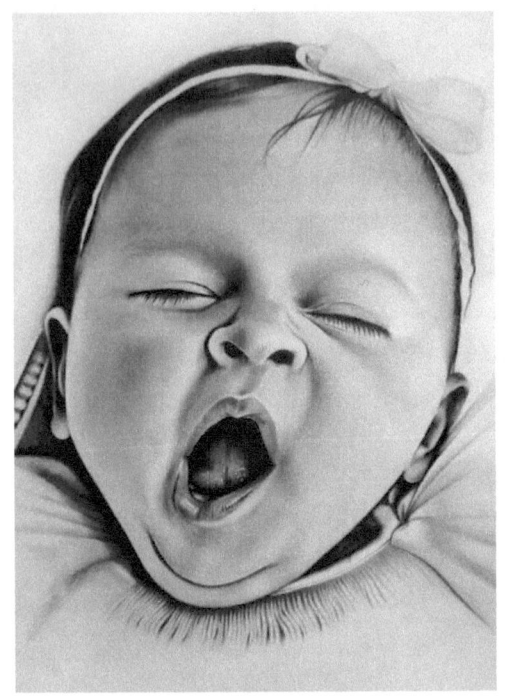

சிந்தனைக்கு எட்டாத சிகரம் இது,
அண்டமே வியக்கும் அழகு இது,
பாசத்தை ஈர்க்கும் காந்தம் இது,
தவழ்ந்து செல்லும் தங்கத்தேர் இது,
சிரிப்பை போதையாக்கிய சிற்பம் இது,
இதன் கண்ணீரில் கரைந்து போகும் எவர் கர்வமும்,

வர்ணிக்க முடியாத வரைமுறை இது,
புவிக்கு புலப்படாத மொழி இது,
அறிவுக்கு எட்டாத அறிவியல் இது,
அதுதான் மழலை,
உலகில் வெவ்வேறு மொழிகள் பேசப்பட்டாலும்
தனக்கென தனி மொழி கொண்டது - மழலை மொழி ,
இறகை விட மெல்லிசான பாதங்கள்,
இதயத்தில் உதைக்கும் போது,
இனம் புரியா பேரானந்தம்,
அகம் எங்கும் அலாவுகிறது,
காற்றை விட மெல்லிசான கை,
கன்னத்தை உரசும் போது,
கனம் யாவும் கரைந்து போகிறது,
ஆயிரம் வானவில்கள் அணி வகுத்து நின்றாலும்,
ஆனந்தப் புன்னகைக்கு நிகரகுமா ??
பற்கள் இல்லாச் சிரிப்பில்,
சொர்க்கம் காட்டிய தேவதைகள்,
கஷ்டங்கள் இல்லாத கண்ணீரில்,
மற்றவர்களை கஷ்டப்பட வைக்கும் கடனாளிகள்,
அழுது, சிரித்து, தவழ்ந்து, எழுந்து, நடந்து
கைப்பிடிக்கும் கனவுகள் இவை,
அணைத்து பிடிக்கத் தோன்றும் அம்புகள் இவை,
மணித்துளிகளை மறக்க வைக்கும் அதிசியங்கள் இவை,
வரை முறையற்ற பேரானந்தத்தை வர்ணித்த,
ஓர் உருவம் ...
குழந்தை,,!

8. காதலைச் சொல்ல முற்படுகிறேன்...

கண் விழிப் பார்த்து,
கருமை நிற இமைப் பார்த்து,
கைப்பிடித்து,
சுற்றுச்சூழலை அமைதியில் அடக்கி,
என்னுள் உன்னை அடக்கி,
என் வலது கையில்,

உன் முகம் உயர்த்திப் பிடித்து,
கவனங்கள் கரை புரளாமல்,
சிந்தாமல், சிதறாமல்,
காதலைச் சொல்ல ஆசைப்படுகிறேன்!
நீ அழகி அல்ல - இருந்தும்
உன் அழகில் என்னை மயக்கி,
நீ பாடகி அல்ல - இருந்தும்
உன் குரலில் என்னை மயக்கி,
சின்னச்சின்ன முகப்பாவணைகளில்,
என்னை மொத்தமாய் திருடிய கள்ளியடி நீ..!
உன்னைப் பார்த்து பார்த்து ரசித்த ரசனையில்,
கண் இரண்டின் வழியே,
காதல் நோய் தொற்றிக்கொண்டது.!
நோய் முற்றி,
தவிப்புகள் தழும்பாகி,
ஆசைகள் ஆறாத வடுவாய் மாறி,
இதயம் என்னும் உயிர் நாடியை
இருகப் பிடித்துக் கொண்டிருக்கிறது.
உன் செவிக் கோர்த்து
என் கோரிக்கையைக் கேள்,
உன் இதழ் அசைத்து,
என் தழும்புகளை ஆற விடு..!

கைகளை இருக்கப்பிடித்து - உலகிற்கே
கத்திச்சொல்ல தயாராக இருக்கிறேன்,
மன்னித்து விடு..!!
உனக்குத்தான் சத்தம் போட்டால் பிடிக்காதே,

அதனால் தான்,
உன்னையே கட்டியணைத்து,
முகமோடு முகம் உரச,
உன் மூச்சுக்காற்று என் தோளில் வீச,
என் மூச்சுக்காற்று உன் தோளில் வீச,
உன் செவி வழியே,
நரம்புகளில் கரைந்து,
குருதியில் பயணித்து,
தேடி அலைந்து
இதயத்தில் ஏறி,
என் காதலைச் சொல்ல முற்படுகிறேன்,
அடி கள்ளியே,
என் காதலை மட்டும் சொல்ல முற்படுகிறேன்...!

9. நீதானே...

ஆசைக் கனாக்களின்,
அத்தியாயம் அளந்தவன் நீதானே,
உயிருக்கே என்ற ஓசையை
ரசிக்கச் செய்தவன் நீதானே,
நட்பிலக்கணத்தின் வரைமுறை

கடந்து வர்ணித்தவன் நீதானே,
காதலின் மடியில் தவழக்கிடந்து
காதலித்தவன் நீதானே,
உறவுகளுக்கு உன்னதம்
கற்பித்து உருவாக்கியவன் நீதானே,
இதய ஆரிக்கள், வெண்ட்ரிக்கள் வால்வுகளுக்கு
இடையில் நின்றவன் நீதானே,
மன்னிபென்ற மகத்துவத்தின் சகாப்தம்
அறிந்தவன் நீதானே,
நட்பால் நாட்டியம் நடத்தி,
சிரம் வணங்கச் செய்தவன் நீதானே..!
நட்பு அத்தியாயங்களுக்கு மேற்கொள் காட்டி,
புனிதம் புகத்தியவன் நீதானே,
நண்பன் என்ற சொல்லின் நாகரிகம்,
அறியச் செய்தவன் நீதானே,
" நற்றுணையாவது நமச்சிவாயா" என்ற போது,
நற்றுணையாவது நட்பே - என
உரக்கச் சொன்னவன் நீதானே,
பறவையின் சிறகில் பயணிக்கச் சொன்னவன் நீதானே,
வண்ணத்துப்பூச்சியின் வர்ணத்தை ரசிக்க மட்டுமின்றி,
வர்ணங்களுக்கு வருணணை அளித்தவன் நீதானே,
நிலவோடு யுத்தம் புரிந்து - காதலின்
ரகசிய கோப்புகளைக் களவாடியவன் நீதானே,
காதல் காவியத்தை கரையின்றி கற்பித்தவன் நீதானே,
நட்பையும் காதலையும் வேறு படுத்திக் காட்டி விட்டு,
இவை இரண்டையும் ஒரு சேர பகிர்ந்து,
குழப்பத்தில் ஆழ்த்தியவன் நீதானே,

நட்பு - அன்பை பகிர்ந்தளித்து அரவணைப்பது என்றும்,
காதல் - அன்போடு உணர்ச்சிகளையும்,
அவரையும் அரவணைப்பது என்றும்
இலக்கணப் பிழைகளின்றிக் கற்பித்தவன் நீதானே..!
ஆராய்ச்சியில் வெற்றிக்கண்ட விஞ்ஞானி போல்,
வாழ்க்கையில் வெற்றிக்கண்ட வெறும் ஞானி நான்,
என கர்வம் கொள்ளச் செய்தவன் நீதானே,
நான் என்ற வார்த்தையை மறந்து,
நீ என்ற வார்த்தையை,
நினைவில் பதித்தவன் நீதானே,
இப்படி,
நீதானே,
நீதானே,
நீதானே - என்று
நித்தமும் பித்துப்பிடித்து, நிம்மதியிழந்து,
நின்னை நினைக்கச் செய்தவன் நீதானே,
முப்பொழுது மட்டுமின்றி எப்பொழுதும்
நின்னை மட்டும் நினைக்கச் செய்தவன்
நீதானே!

10. தனிமை

தனிமை நிரந்தரமல்ல!
தனிமை துன்பமல்ல!
தனிமையில் இருந்து, இருந்து,
தனிமையும் தோழனாகி விட்டது.
தன்னம்பிக்கை கொடுப்பது தனிமை,
தன்னை மாற்றுவது தனிமை,
தன்னலமில்லாதது தனிமை,
தனக்கென இருப்பது தனிமை,

சிந்திக்கத் தூண்டுவது தனிமை,
கற்பனைகளின் வளர்ச்சியைக் காட்டுவது தனிமை,
தனிமை ஓர் அனுபவம்,
தனிமையை உணராதவன் எவனுமில்லை!
ஆதவனும் தனிமையோடு இருந்திருப்பான்,
ஆள் கடலில் இருப்பவனும் தனிமையோடு இருந்திருப்பான்,
விண்ணில் இருப்பவனும் தனிமையோடு இருந்திருப்பான்,
மண்ணுக்குள் இருப்பவனும் தனிமையோடே இருக்கிறான்,
அது நிஜம்,
ஆனால் நிரந்தரமல்ல..!

11. நாடோடிப் பயணம்

நொடிகள் ஓடிக்கொண்டிருக்க காற்றோடு கலந்து போய்,
தனிமையோர் இனிமையென உணர்ந்து பயணிக்கிறோம்,
நானும், என் உயிரோடு கலந்த என் வண்டியும்!
தூரம் செல்ல செல்ல
துக்கங்களை
மறந்து மெல்ல மெல்ல பயணிக்கிறோம்
துயில் கொண்ட உலகோடு..!

பாதைகள் மாற மாற,
பருவங்கள் மாறி மழையாய்,
எங்களோடு பயணிக்க...!
இளந்தென்றல் இன்பமாய் அணைக்க,
தலைக்கவசம் அவிழ்த்து தலை வணங்கி வரவேற்கிறோம்,
"எங்கள் பயணத்தை இனிதாக்க வருக! வருக! " - என்று
மழையோடு பயணம்,
மனதோரம் பாரம்,
பாதையெல்லாம் மழைத்துளி,
பாரமெல்லாம் சிறுத்துளி..!
மழைக்கு தோழனாய் தென்றல் காற்று,
களைப்படைந்த பயணத்திற்கு காதல் என,
நானும் சிலிர்த்துப் போக - என்,
வண்டியின் இன்ஜினும் குளிர்ந்துப் போக..!
சாலையோரத் தேநீர் கடை,
தேநீரோடு கலந்த தெவிட்டாதன்பு,
சில்லென்ற தருணத்தில்,
சிங்காரமாய் வந்த தேநீர்,
தேநீரை விட அதிகம் நேசித்தோம் - தேநீர் கடைக்காரரை,
பழகினது சில நிமிடம் என்றாலும்,
பல வருட பந்தம் போல்,
அவருக்கும் எங்களுக்கும் இடையேயுள்ள பாசம்...
உறவுகளை மறந்து,
உலகை மறந்து,
என்னிலை மறந்து,
எங்களை மறந்து,
எவரையும் பொருட்படுத்தாமல்,

எங்கேயோப் பயணிக்கிறோம்.
என்றோ ஒரு நாள் தொலைந்த என்னை,
தேடித் தேடித் தொலைகிறோம்..
அலாதியான சாலை,
அமைதியான மரங்கள்,
சாலையோரப் பூக்கள்,
சஞ்சலமின்றிப் பயணித்து,
திங்கள் அஸ்தனமத்தில்
கலந்து குளிரோடு,
கரைந்துப் போகிறோம்.

சாலையின் முடிவில் அமர்ந்து,
வாழ்க்கைப் பயணத்தில் இப்பயணத்தையும் சேர்த்து,
நாட்குறிப்பின் பக்கங்களை நிரப்புகிறோம்..!
நாடோடியாய் பயணம்,
இடம் விட்டு இடம் நகரும் மனம்,
புதுப்புது முகங்கள், புரியாத அனுபவங்கள்,
தனிமையில் தொலைந்த எங்களை,
தனிமையிலேயே தேடுகிறோம்.
மலை உச்சி ஏறி,
மேகங்களின் நலம் விசாரித்து,
பனி மூட்டத்தில் நீச்சலடித்து,
இரவு ஜனிக்க சில நேரங்கள்,
எங்களுக்கோ இன்னொரு பொழுது இரவில்,
கருமைப் படர்ந்த பாதை,
மங்கிப்போன தெருவிளக்கு,
மூழ்கிப்போன சாலையை - எங்கள்

முகப்பு வெளிச்சத்தில் கண்டுபிடித்து,
மீண்டும் மூழ்கடித்து விட்டுச் செல்கிறோம்..!
நெடுஞ்சாலையோரம் ஓர் கூட்டம்,
லாரிகள் அணிவகுத்து நிற்க - அதன்
ஓட்டுநர்கள் ஒன்று கூடி நிற்க,
அவர்களுடன் ஓர் உரையாடல்,

மீண்டும் ஒரு தேநீர்,
மீண்டும் புது முகங்கள்,
மீண்டும் புதுவுரையாடல்,
மீண்டும் புதுப்புது கதைகள்,
களைப்பை அவிழ்த்து விட்டு,
தொடர்கிறோம் எங்கள் பயணத்தை..!
இம்முறை வீட்டை நோக்கிப் பயணம்,
பயணத்தின் முக்கால் வாசி முடிந்தது,
கடைசி தருணத்தில் ஓர் குரல்,
"மீண்டும் போவோம் நெடுந்தூரம்" - என்று,
அது என் வண்டியின் துடிப்புள்ள குரல்,
அவனுக்கும் எனக்கும் மட்டுமே
தெரிந்த "மௌன மொழி"
மனமில்லாமல் வந்தடைந்தோம்
தொடங்கிய இடத்திற்கே...!
மீண்டும் தொடரப் போகிறோம்,
மீண்டும் தொலையப் போகிறோம்,
சலிப்படைந்த எந்திர வாழ்க்கையில்,
தெரிந்தே தொலைத்த என்னை
எப்போது மீட்டெடுப்பேனோ?..

12. என் ஆசைக் கண்ணம்மா...

கண்ணில் என்னடி கண்ணம்மா,
காதல் உண்டோ கண்ணம்மா?
பேச்சில் என்னடி கண்ணம்மா,
பெருநாணம் சேருதோ கண்ணம்மா?
பிரிவில் என்னடி கண்ணம்மா,

துயர் கூடுதோ கண்ணம்மா?
இச்சை என்னடி கண்ணம்மா,
இம்சையாய் மாறுதேக் கண்ணம்மா,
இதழ்கள் சொல்லவில்லையடி கண்ணம்மா,
இருதயம் இருகுதடி கண்ணம்மா,
கைகள் சேரவில்லையடி கண்ணம்மா,
காயங்கள் வலிக்குதேக் கண்ணம்மா,
கட்டியணைக்க வழியில்லையடி கண்ணம்மா,
காலம் கசக்குதேக் கண்ணம்மா,
கருவிழி காணவில்லையடிக் கண்ணம்மா,
காதல் துடிக்குதேக் கண்ணம்மா,
மங்கை நீ இல்லையடிக் கண்ணம்மா,
மார்பு இரண்டாய் பிளக்குதடிக் கண்ணம்மா,
நினைவுகள் நித்திரையை கலைக்குதே கண்ணம்மா,
நலமின்றி நாளும் நகருதே கண்ணம்மா,
கண்ணே கண்ணம்மாவைக் காணாமல்
கண்ணிரண்டும் கலங்குதேக் கண்ணம்மா...!
கண்ணம்மா கண்ணம்மா - என் காதலை
ஏற்றுக்கொள்ளடிக் கண்ணம்மா,
காதலின்றிக் கவிதையேதடிக் கண்ணம்மா,
இங்கு
நீயின்றி நானேதடி,
என் ஆசைக் கண்ணம்மா..!

13. வேடிக்கைப் பார்க்கிறான்

பருத்திக் காட்டில் பரளியாய் நிற்கும் அச்சிறுவன்,
பட்டினியில் முகம் வாடி,
தோல் கருத்து,
புன்னகை இழந்து,
கண்ணுக்கெட்டிய தூரம் வரை
தெரிந்த தனிமையைப் பார்த்துக் கொண்டு,
கத்தரி வெயில் பாதங்களைக் கிழிக்க,
அக்னிக் காற்று ஆழியாய் அடிக்க,

நா வறண்ட போதினிலும்,
எதிர் நடைப் போட்டுச் செல்கிறான்,
எதிர்காலத்தை யோசித்துக் கொண்டு...

வழியில்,
தாய் ஒருத்தி தன் மகன் வெயிலில் தெரியாமல் இருக்க
முந்தானையால் மூடிக்கொண்டு செல்கிறாள்,
தந்தையொருவன் தன் மகன் பாதம் காக்க,
தோளில் சுமந்து செல்கிறான்,
அண்ணன் ஒருவன் தன் தங்கை பசியமர்த்த,
சாப்பாடோடு விரைகிறான்!
தம்பியொருவன் தன் அண்ணணோடு
விளையாடிக் கொண்டிருக்கிறான்,
இவர்களை வேடிக்கைப் பார்த்தபடி,
வீடு வந்தடைகிறான்,

நெற்றியில் குங்குமப் பொட்டு இல்லை,
கூந்தலில் மல்லிகைப் பூ இல்லை,
கிழிந்த சேலையில் விறகு அடுப்போடு,
சேர்ந்து இவளும் வெந்துக் கொண்டிருக்கிறாள்,

தாயின் குங்குமப் பொட்டும்,
மல்லிகைப்பூவும்
தந்தையின் புகைப்படத்தில் இருந்தது,
திசையறியாது திண்ணையில் அமர்ந்து,
திரும்பிப் பார்க்கிறான்.

பிளவுகள் பிழந்து,
மரங்கள் உதிர்ந்து,
கேட்பாடின்றி ஓரமாய் ஒதுக்கிய தந்தையின்
கலப்பையைக் கண்ணீரோடுப் பார்க்கிறான்..!

ஒரு தோளில் தன்னையும்,
மறு தோளில் கலப்பையையும்
தூக்கிச்சென்ற தந்தையின் நினைவுகளை
நினைத்து நினைத்து மனம் உருகுகிறான்..!
தாயிடம் சொன்னால் அவளும்
கண் கலங்கி விடுவாளோ என்று,
முகம் பார்த்து வார்த்தை மறுக்கிறான்,
வெற்றிடம் இல்லாத அளவுக்கு
மாடுகள் இருந்த தொழுவத்தில்,
வெற்றிடம் மட்டுமே நிறைந்த
அத்தொழுவத்தை வேடிக்கைப் பார்க்கிறான்,
கண்களை மூடி வேடிக்கைப் பார்க்கிறான்,
எதிர்காலம் தெரியுமா என்று..!

14. சட்டை

அடடா எத்தனைச் சட்டை,
ஏழைக்கு ஓர் சட்டை,
பணக்காரனுக்கு ஓர் சட்டை,
படித்த ஏழைக்கு ஓர் சட்டை,
படிக்காத பணக்காரனுக்கு ஓர் சட்டை,
சிறுவர்களுக்கு ஓர் சட்டை,
பெரியவர்களுக்கு ஓர் சட்டை,

மாணவனுக்கு ஓர் சட்டை,
பள்ளிகளுக்கு ஓர் சட்டை,
நடிகனுக்கு ஓர் சட்டை,
ரசிகனுக்கு ஓர் சட்டை,
அரசியல் வாதிக்கு ஓர் சட்டை,
வாக்களித்தவனுக்கு ஓர் சட்டை,
காதலுக்கு ஓர் சட்டை,
காதலிப்பவர்களுக்கு ஓர் சட்டை,
சிரிக்கத் தெரிந்தவனுக்கு ஓர் சட்டை,
சிரிக்கத் தெரியாதவனுக்கு ஓர் சட்டை,
படைத்தவனுக்கு ஓர் சட்டை,
படைத்தப் பொருளுக்கு ஓர் சட்டை,
சட்டை அணிந்தவன் மனிதன்,
சட்டை அணியாதவன் மாமனிதன்,
இந்த சட்டையெல்லாம் கிழிந்து அல்லது கிழிக்கப்பட்டு,
அன்பு, நேர்மை, மரியாதை - என்ற நூல்களால் தைக்கப்பட்ட
தரமான சட்டை,
என்று நம் தோள் ஏறுமோ...???

15. அவளைத் தேடித் தொலைகிறேன்

திசையெல்லாம் பார்த்து வந்தேன்
திங்களிடம் வேண்டி வந்தேன்
மேகக்கூட்டங்களை நோக்கி வந்தேன்
நட்சத்திரங்களை தேடி வந்தேன்
மலைகளில் ஏறி வந்தேன்
மழையில் நனைந்து வந்தேன்

குயிலின் குரலோசை கேட்டுப் பார்த்தேன்,
கிளியோடும் பேசிப் பார்த்தேன்,
புறாவின் குரலோசை கேட்டுப் பார்த்தேன்,
மயிலின் சிறகோசை கேட்டுப் பார்த்தேன்,
சிட்டுக் குருவியின் சிறகோசை கேட்டுப் பார்த்தேன்,
பட்டுப்புழுவின் பருவம் அறிந்துப் பார்த்தேன்!

காற்றோடு கை வீசினேன்,
நதியோடு ஓடினேன்,
ஆற்றோடு அண்டினேன்,
அருவியோடு ஆர்ப்பரித்தேன்,
குளத்தோடு குதூகளித்தேன்,
கடல் அலையோடு அலசினேன்,

வண்ணத்துப்பூச்சியின் வண்ணம் அறிந்தேன்,
வானவில்லின் தோகை அறிந்தேன்,
பூக்கள் மலரும் இடைவெளி அறிந்தேன்,
வண்டுகளின் காதல் அறிந்தேன்,
அதே பூக்களோடு புன்னகைத்துப் பார்த்தேன்,
பூமியெங்கும் உலாவிப் பார்த்தேன்,

நாட்களெல்லாம் பயணித்தேன்,
இரவெல்லாம் சிந்தித்தேன்,
நடு நிசியை நாடினேன்,
என்னையே தேடினேன்,
வழியைத் தேடிய வழிப்போக்கனாய்,

என் வாழ்க்கையைத் தேடினேன்,

அவள் விட்டு சென்ற எச்சங்களில்
வாழ்பவன் நான்,
அவளுடன் கடந்த காலங்களை எண்ணியே
வாழ்பவன் நான்,
அவளுடன் காதல் மலர்ந்த தருணங்களை எண்ணியே
வாழ்பவன் நான்.

இயற்கை எல்லாம் அலசிப் பார்த்தேன்,
அவளின் புன்னகைக்கு ஈடாகவில்லையே,
காலங்களை எல்லாம் புரட்டிப் பார்த்தேன்,
அவள் காதலுக்கு நிகரில்லையே,
காவியங்கள் தோற்றுப் போகுமே
அவள் கண்ணிமைக்கும் அழகுக்கு.

அவள் இல்லா நாட்கள்
கறுப்பு நாட்களாய் கழிகின்றன,
அவள் காதல் இல்லையென,
உணர உயிர் மறுக்கிறது,
அவளைத் தேடித் தொலைகிறேன்,
அவளே வாழ்க்கையென,
அவளைத் தேடி தொலைகிறேன்....

16. மீனவ(ர்) ஆசி

கணத்த நிமிடங்கள் - கண்
இமைக்கும் நேரத்தில் மாறிப் போகும்,
வாடிப் போன இதழாய் நெஞ்சம்,
வறுமையோடிய ஏழையாய் தவிப்பு,
இவை யாவும் மாறிப்போகும் மறுகனம்,
24-இன்ச் திரையில் தொலைந்த வாழ்க்கை,
இரண்டு நிமிடத்தில் வந்து சேரும்,
தொலைந்த இன்பமெல்லாம்
ஒரு கூட சேரும்,
இயற்கையின் பேரழகை யாசித்திட,

அட்டவணையில் அலுத்துப் போன வாழ்க்கை,
அமைதியாய் பயணிக்கும் அலையின்,
குதுகலப்பில் கொண்டாடும்,
இயற்கை உயிரிகளின்,
இனப்புரியா இசை,
புரிய முயலும் போதே,
தொலைந்து போகும் துன்பங்கள்,
வந்து சேரும் இன்பங்கள்,
படகில் சவாரி,
கரை மறைய மறைய,
புதுக்காவியமாய் மாறிய பயணம்,
சுற்றியெங்கும் நீர்ப்பரப்பு,
தூரத்தில் தெரியும் பனை மரங்கள்,
ஈர் கண்கள் போதாதே,
ஓர் அழகை தரிசிக்க.
வானும் கடலும் ஒரு கோட்டில்,
பழுப்பு நிற வானத்தில்,
பொட்டு வைத்தாற் போல் சூரியன்,
கைகள் எட்டவில்லை என்றாலும்,
மனம் எப்போதோ,
சூரியனைச் சுற்றத் தொடங்கி விட்டது..!
இரவு ஜனிக்கும் நேரத்தில்,
மின்மினிப்பூச்சிப் போல்,
கரையொதுங்கிய மீனவப் படகு,
படகில் பறந்த கொடி,
கம்யூனிசம் என பறை சாற்றும்
நேரத்தில் கரையேறிய மீனவர்,

வற்றிப்போன வலை,
வாடிப்போன முகம்,
மீனவர் மீண்டும் வந்தார்
என உறையாடும் போது...,

"

"உப்புக்காத்து உணராமப் போக,
கடல் வாசம் நெஞ்சோடு வீச,
எம் பாட்டுப் பாடத்தான் நான் வந்தேன்,
ஏலேலோ அய்லசா போட்டு வந்தேன்,
முத்துப்போல இரண்டுப் புள்ள,
மூத்தப் புள்ள இங்க இல்ல,
பாடு பட்டுப் படிச்சானே,
பட்டாலத்துல சேர்ந்தானே,
பாதி வருஷம் முடியும் முன்னே,
வீர மரணம் ஆனானே,
என் கஷ்டம் தீர்க்கத்தான்
இளையமகன்னு நினைச்சேனே,
அறிவு புள்ள, அமுது புள்ள,
மகராசா - நீ தங்கப் புள்ளன்னு
ஒய்யாரமா வளத்தாளே,
அவன் ஆத்தா..!
நாலும் கத்துக்கிட்டான்,
நல்லாதான் பொளச்சுக்கிட்டான்,
பேரு, பணம் வந்தோனே,
பெத்தவள மறந்துட்டான்,
ஆறு அறிவும் அறிஞ்சானே,

அப்பனத்தான் மறந்தானே,
கடைசி வர கட்டுமரம்,
கடல்காத்து, கருவாடுன்னு
இந்த கட்டு மரத்தோட வாழ்க்கை,
கட்டு மரத்தோட போயிருச்சே,
ஐயா,ராசா,
அப்பனையும், ஆத்தாளையும் மறந்திராத,
அனாதையா நீ போயிராத..!
அலுத்துப் போன மீனவன் சொல்றேன்,
வாழ்க்கையில உலுத்துப் போயிறாத.."''

வலை மடிக்கும் முன்னரே,
வாழ்க்கையை உணர்த்தியவர்,
நன்றி எனச்
சொல்லாமல் சொல்லிவிட்டு
விடைபெற்றேன் மீனவ(ர்) ஆசியுடன்...!

17. இறுதி ஊர்வலம்

முண்டாசு கட்டுக் கட்டி - முறுக்கி
விட்ட மீசையோட,
பட்டு சட்ட உடுத்தி,
பாடையில போறதெங்க?
வாழ்க்கை முடிஞ்சிருச்சா?
வம்சம் தான் வந்திருச்சா?
சேத்து வச்ச சொத்தெல்லாம் கூட
சேந்து தான் வந்திருச்சா?
ஊருக்கெல்லாம் மூத்த மனுஷன்,
உறவுக்கெல்லாம் பெரிய மனுஷன்,
சாதிதான் மூச்சுன்னு சொன்னவனே,

சாகையில சாதியதான் கேட்கலையே..!
கொல்லிவைக்கும் முன்னே சண்டையடா,
குறை சொத்து யாருக்கின்னு குழப்பமடா,
பெத்த பிள்ளையெல்லாம் போட்டி போட,
பேசாம போறியே நியாயமாடா?
பொழப்புக்கு பேர் சொல்லி,
பொழக்கையில சாதி சொல்லி,
விட்டு விட்டுப் போனியே,
வெட்டியான் பேர் என்னத் தெரியுமா?

கல்லு உடச்சு மண்ணு உடச்சு,
காசுதான் சேத்துக் கிட்ட,
கால் வயிற நிரப்பிக்கிட்ட,
காலத்த ஓட்டிப்புட்ட,
கோயில் படியேறி,
குழ தெய்வத்த கும்மிட்ட,
கேட்டதெல்லாம் கிடச்சிருச்சா? - இல்ல
தெய்வந்தான் கூட வந்திருச்சா?
மனுஷன மதிக்கலையே,
மத்தவன் பேச்ச கேட்கலையே,
மயானம் போறப்ப - மத்தவன்
உன்ன திரும்பி பாக்கலையே,
என்ன வாழ்க்கையடா?
எதிலுனக்கு நாட்டமடா?
போட்ட ஆட்டமெல்லாம் முடிஞ்சுருச்சே,
புறப்படத்தான் நேரம் வந்திருச்சே,

மறு சென்மம் உனக்கில்ல,
மற்றுமொரு வாழ்க்கை உனக்கில்ல,
ஒப்பாரி வச்சக்கிழவி நிறுத்திருச்சு,
உன் பொழப்பும் கட்டையில முடிஞ்சுருச்சு,
தீக்கிரையாகி, மண்ணுக்குச் சாம்பலாகி,
எவனும் கூடயில்ல, உனக்கு வேற நாதியில்ல,
நெத்திப்பொட்டும் எரிஞ்சிருச்சே,
உன் நேரந்தான் முடிஞ்சிருச்சே..!

www.ingramcontent.com/pod-product-compliance
Lightning Source LLC
LaVergne TN
LVHW042002060526
838200LV00041B/1842